வெளிச்சம் என் மரணகாலம்

வெளிச்சம் என் மரணகாலம்

நெற்கொழு தாசன்
வல்வை.

கருப்புப் பிரதிகள்

வெளிச்சம் என் மரணகாலம் (கவிதைகள்)
நெற்கொழு தாசன்

முதற்பதிப்பு: மே 2016
வெளியீடு: கருப்புப் பிரதிகள்
பி55, பப்பு மஸ்தான் தர்கா, லாயிட்ஸ் சாலை
சென்னை 600 005 பேச: 9444272500
மின்னஞ்சல்: karuppupradhigal@gmail.com
முகப்பு, நூல் வடிவமைப்பு: ஜீவமணி
அச்சாக்கம்: ஜோதி எண்டர்பிரைசஸ், சென்னை 600 005

விலை: ரூ 80.00

veLichcham en maraNakaalam
Netkolu thasan

First Published: May 2016
by Karuppu Pradhigal
B55, Pappu Masthan Darga, Lloyds Road,
Chennai 600 005, Tamil Nadu, South India
Mobile: 94442 72500
Email: karuppupradhigal@gmail.com
Cover, Layout: Jeevamani
Printed by: Jothy Enterprises, Chennai 600 005

Price: Rs. 80

ISBN: 978-81-929715-8-2

கறுப்புக் குறிப்புகள்

பலாத்காரமாய் விரட்டியடிக்கப்பட்டதொரு அகதியின் அலைவை வீதியெங்கும் அழுகையோடும் ஆத்திரத்தோடும் இறைத்துப் போகும் ஒரு குழந்தையைப் போல் வெளிப்படுத்திச் செல்கிறது நெற்கொழுதாசனின் இக்கவிதைகள்.

நாடு பிரிந்த ஏக்கத்தின் நடவுச் செடிகளைப் போலுள்ள இக்கவிதைகள், தேசியக் கதையாடல்களாய் மட்டுமே சுருக்கவியலாத பண்பாட்டு இருப்பின் சுமைப்பொதிகளாய், இருக்கின்றன.

'வல்லை வெளி'யின் நினைவில் பனிப்படர்ந்த தேசங்களில் பாதம் பதிக்கவியலாத மன அவதியை கொண்டிருக்கும் இக்கவிதைகள், இன்னுமின்னும் நாம் புரிந்து கொள்ள வேண்டிய அகதி இருப்பின் கவிகளாக தோன்றுகிறது.

ரகசியத்தின் நாக்குகளைத் தொடர்ந்து தமது இரண்டாவது தொகுப்பையும் வெளியிட வாய்ப்பை நல்கிய தோழர் நெற்கொழுதாசனுக்கு நன்றி.

பதிப்பின் தோழமையாய் இருக்கும் ஷோபாசக்தி, அமுதா, தர்மினி, விஜி–ஞானம், மெலிஞ்சிமுத்தன், விஜய் ஆனந்த், (பெங்களூரு) அன்பின் அழகுடன் வடிவு நேர்த்தி செய்யும் ஜீவமணி, விஜயன் ஆகியோருக்கு அன்பும் பேரன்பும்...

- நீலகண்டன்

இடையறாத உன்பெயர்
நிலவிலிருந்திறங்கி
என்மீது சொரியும் ஓர்
ரத்தப்பெருக்கு
- பிரமிள்

நன்றிகள்

வேலணையூர் தாஸ்
ஷோபாசக்தி
தர்மு பிரசாத்
பொன்னி
கருப்புப்பிரதிகள் தோழர்கள் நீலகண்டன், அமுதா
மற்றும் என் ஒவ்வொரு நண்பர்களுக்கும்.

கன்னத்தில் அறையும் சொல்.

வாசக மனநிலை, படைப்பு மனநிலை என்ற இரண்டு நிலைகளுக்கும் இடையில் அலைந்து திரியும் ஒரு அசாதாரண மனநிலையில்தான் இவற்றை எழுதிவிடுகிறேன்.

இவ்விரு மனநிலைகளுக்கும் இடையில் ஒரு நூலிழையளவு இடைவெளியே எப்போதும் இருந்துகொண்டிருக்கிறது. உண்மையில் நல்ல வாசகனொருவன் மிகச்சிறந்த படைப்பாளியாவான். அல்லது ஒரு மிகச்சிறந்த படைப்பாளியை உருவாக்குபவனாவான்.

அவ்வாறானதொரு இயங்கியலில், இதைக் கடந்துபோகும் நீங்கள் ஒவ்வொருவரும், நிகழத்தப்பட்ட சொற்களில் பயணித்து ஏதோ ஒன்றை கட்டமைத்து விடுவீர்கள். அகம் - புறம் சார்ந்து இயங்கி நீங்கள் கட்டமைத்துவிடும் அந்தப் பெருநிகழ்வில் நீங்கள் உங்கள் நினைவுகளை எவ்வாறு வேண்டுமானாலும் கொண்டாடலாம். துவாரங்களூடாக பீறிட்டு வெளியேறும் ஒளித்துகள்கள் போல உங்கள் எண்ணங்களில் இருந்து சிதறிப்பாயும் விழுமியங்கள் இக்கவிதைகளுக்கு இன்னொரு பரிமாணத்தையும் கொடுக்கலாம். இல்லாமலும் போகலாம்.

கலாசாரம் பண்பாடு என்ற காலத்துக்குக் காலம் தன்னை மாற்றிக்கொள்ளும் இயல்களில் எப்படி நம்பிக்கைவைப்பது என்று தெரியவில்லை. என் முப்பாட்டன் கைக்கொண்ட ஒரு இசத்தை அப்படியே இன்று கைக்கொள்ள முடியவில்லை. இன்று நான் கைக்கொள்வதை நாளைய என் சந்ததி எப்படி எடுத்தாளும் என்றும் உணரமுடியவில்லை. இந்த நிலையில் எதற்காக இவைகளைக் காவித்திரிய வேண்டும். காலம் எல்லாவற்றையும் நிர்ணயித்துவிடுகிறது.

இந்தக் கவிதைகள் நிகழ்த்தப்பட்ட காலமும் உங்கள் முன்னே கடந்துதான் சென்றிருக்கிறது. நானும் நான் சார்ந்த சூழலும் இந்த காலத்தில் என்னவாக எப்படியாக இருந்தோம் என்பதனை இந்தக் கவிதைகளூடாக தீர்மானித்து விடுவீர்கள். உங்களுக்கும் காலத்துக்கும் எனக்குமான ஒரு நுண்ணிய தொடர்பினை எங்காவது ஒரு சொல் உயிர்ப்பித்துவிடும் என்ற நம்பிக்கை எனக்கிருக்கிறது.

வலிகளும் வாதைகளும் என்னையும் அலைகழித்துக் கொண்டே இருக்கிறது. எப்படி மீள்வதென்று தெரியாமலேயே அந்த வலிகளோடு சொற்களைப் பிணையவிட்டுவிட்டேன். மோகித்திருந்த கணங்களில் மோகத்தையும், தனித்திருந்த கணங்களில் தனிமையையும் அப்படியே இறக்கிவைத்தும் இருக்கிறேன்.

எல்லாத் திசைகளாலும் அன்பும் பிரியமும் படர்ந்து எனை மூடி மூழ்கடிக்கின்றன. ஏனோ தெரியவில்லை அவை எனக்கு பயத்தையும் திகிலையுமே தருகின்றன. மிகக் குறைபாடுள்ள ஒரு மனிதனாக அன்பையும் நேசிப்பையும் கண்டு மிரண்டு ஓடத் துணிகிறேன். அன்பாலானதெல்லாம் பெருந்துயரானது என்று சொற்களை எடுத்து அவற்றின் மீது வீசியும் விடுகிறேன். அந்த சொற்கள் தாவீதின் கவண் கல் போல உங்களைத் தாக்கியும் விடுகிறது. சிலநேரம் அந்த சொற்கள் திரும்பிவந்து என் கன்னத்தில் அறைந்தும் விடுகிறது. அப்படி வீசிய சொற்களில் உருவாகியவையும் நிறைந்தே கிடக்கின்றன.

இவை தவிர்த்து இந்தக் கவிதைகள் பற்றி நான் என்ன பேசிவிடமுடியும்.

நெற்கொழு தாசன்
வல்வை.
netkoluthasan@gmail.com

01

அந்த ஒருவனுக்காகக் காத்திருத்தல்.

பேச வேண்டும்
யார் இருக்கிறீர்கள்
வெறுமையாகிப்போன தேநீர்க் கோப்பையில்
நிறைகிறது என் குரல்.

நீங்கள் என்னுடன் பேசுவதாக இருந்தால்
தேநீர்க்கோப்பையை கவிழ்த்துவிடலாம்
என் வெற்றிடங்கள் நிறைந்து கொள்ளும்.

எதைப்பற்றி பேசுவீர்கள்...
வழிக்காத என் தாடியைப் பற்றி
கசங்கிப்போன என் ஆடையைப் பற்றி
கிழிந்துபோன காலணி பற்றி
அருகிலிருப்பவரைப் பற்றி...

"ப்ச்"
நீங்கள்
என்னைப்பற்றி பேசவே மாட்டீர்களா

ஓசைகளை கழற்றி எறிந்துவிட்டு
சொற்களை கொட்டுவீர்கள்
பின்னெப்போது சிதையேற்றுவீர்கள்
நான் செத்தபின்பா?
அப்போதாவது என்னைப் பற்றி பேசுவீர்களா என்ன,

எப்போதுதான் பேசுவீர்கள்
என்னைப்பற்றி?
எனக்குத் தெரியும்
உங்களால் பேசவே முடியாது.
ஏனென்றால்,
நீங்கள் உங்களிடம் சரணடைந்திருக்கிறீர்கள்
நான் உங்களிடம் சுதந்திரமாக இருக்கிறேன்.

என்னால் பேச முடியும்
ஒவ்வொருவரிடமும் சுதந்திரமாக இருப்பதால்,
ஒவ்வொருவரும் ஒருவராகவே இருப்பதால்,

இருந்தும்
நான் பேசப்போவதில்லை,
எனக்குத் தேவை
இப்போது ஒருகோப்பை தேநீர் மட்டுமே.

02
இன்றென் பெருவாழ்வு.

பறவைகளின்றி வானம் இறந்து கிடக்க,
இலைகளைக் கழற்றிய கிளைகள்
காற்றோடு குலவுகின்றன,

மதில்களில் பூனைகள் இல்லை.
வாசல்களில் எந்தவொரு அரவங்களும் இல்லை.
அறைகளில் ஒளிரும் மின்குமிழ்கள்
கண்ணாடி யன்னல்களில் வழியத்தொடங்குகின்றன.

குளிர் புணர்ந்து அந்தி கவிழ்ந்துவிட்டது.
இனியிருள் சூழ்ந்து அமைதி வளர்ந்துவிடும்.

மூச்சுக் காற்றில் வெப்பம் தெறிக்க
உள்ளங்கைகளில் குளிர் குத்தும்.
இரண்டுபட்டுக் கிடக்கிறது தேகம்.
மனதும்,

கிடுகுவேலிப் புலுனிக்குருவி நான்
பனிக் குளிக்குமிந்த மரங்களில் எனக்கேது மறைவு.

செயின் நதியும்
ஈபிள் கோபுரமும்
மோனோலிசாவின் முகமும்
உலகின் அழகான ராஜபாட்டையும்
டயானாவின் கார் மோதிய தூணும்
கடிகாரத்தின் இலக்கங்களாகிடச் சுழன்றுகொண்டிருக்கிறேன்.

தொடருந்துகளிலும்
இரவுநேர ஊர்திகளிலும்
அவதியோடு கழிந்ததுபோக
மிச்சமிருக்கும் உறக்கத்தோடு
கம்பளியொன்றுக்குள் புதைந்துவிடுதலும்,

வலிந்த புன்னகையோடு
முகமறியாதவனுக்குப் பதில் வணக்கமும்
நண்பனுக்கு வாழ்த்தும்,
தொலைபேசி அழைப்புக்குச் சிரிப்பும்
இந்தப் பெருவாழ்வின் பக்கங்கள்.

வாழ்வைக் கடையும்
காலக்கயிறாகி விலகாது கிடக்கும்
ஏழாவது அறிவே இன்றெனக்குக்
எனக்குக் கிடைத்த சாபமோ.

வல்லைவெளியின் கண்டல் மரங்களிலும்
வல்வைக்கடலின் முருகைக்கற்களிலும்
வயல்வெளிகளின் வரப்புகளிலும்
இன்னும் ஒளிந்திருக்கலாமென் வாழ்வு.

திரும்பிப் பார்க்கிறேன்.
பனிபடந்த வீதியில் உருகிக்கொண்டிருக்கிறது
என் பாதச்சுவடுகள்.

03

கால வழு

காலம் உலர்த்த மறந்த நீர்
விரல்களில் ஒட்டிக் கொண்டது
தன்னிலை பகிராமல்...

வலிந்த
வெப்ப இழப்பினை உருவாக்கி,
திரட்டத் தொடங்கியது யுகாந்திர சிதைவுகளை,

ஈமத்தாழிகளையும்
வண்டல் படுகைகளையும் கிளறி,

சூரிய நட்சத்திரங்களுடனும்
கனியாத கருமேகங்களுடனும் உறவாடி,

காற்றில்
நெருப்பில்
உப்பு நீரில்
நுகர்ந்தும் எரிந்தும் மூழ்கியும்,

இழந்துபோன
ஈரலிப்பைத் தேடி அலைந்தது...

வழியெங்கும்...
வர்ணக் கலவைகளாலும்
நறுமணப் பூச்சுகளாலும் தரவேற்றிக்
கலையாடிக்கொண்டிருந்தன சில.

அதீத மோகத்துடன்
காலத்தை கலவி செய்து கொண்டிருந்தன சில.
ஆதியின் அன்புப்போர்வைக்குள்
சிக்கிப் பிணமாய் கிடந்தன சில.

இன்னும் சில
கௌரவ வெற்றிடங்களில்
எதிரொலியோடு மோதிச் சாவடைந்து கிடந்தன.

பெருமூச்சோடு
காலம் மீதான வன்மத்தை வெளித்தள்ளிவிட்டு
மௌனம் கலைக்க முயன்ற கணத்தில்,

கண்டடைந்தது
தற்கொலை செய்துகொண்ட மனிதத்தை...

04
துளிகளால் அழிதல்

வேர்முடிச்சுக்களில் ஒளிந்துகொண்டவனை
தின்றுவிடத் தயாராகிறது
பெரும் பூதமொன்று...

முதலில்
ஒற்றைத்துளியாகத்தான் விழுந்தது.

வெப்பத்தாலோ
காற்றாலோ ஆவியாகிவிடாமல்
அடையாளமாகிப் பூத்துக் கிடந்த
அந்த முதல் துளி
வெறுமையை உடைத்து
அலங்கரித்துக்கொண்டது தன்னை.

பின்னொரு பொழுதில்
நீண்ட பாலைநிலங்கடந்த வெப்பத்தோடு
இறங்கத்தொடங்கியது நிலைகொள்ளாமல்

இறகுகளை களைந்துவிட்டு
அடைக்கலமாக ஆரம்பித்து
சிதைவுகளால் ஊடுருவி
வேர்களால் பிணைக்கத்தொடங்கியது.

இறந்துபோன நட்சத்திரங்களின்
ஆசைகளைச் சுமந்து
பூதங்கள் இறங்கத்தொடங்கின...

நான் ஒளிந்து கொண்டேன்
வேர் முடிச்சுக்களில்...

05

நாளை நானும்...

அடங்கிக்கிடக்கிறது.
என்றும் இப்படிக் கிடந்ததில்லை
இறகுகோதும் ஓசையாவது கேட்கும்.

நேரம் அறியக்கூட பார்ப்பதுண்டு
காலம் தப்பியதில்லை
ஒருபோதும்.

காலம்...

எங்கே போயிருக்கும்,
இரைபோதாமல்
தொலைதூரம் போயிருக்குமோ
இணைகூடி மகிழ்ந்திடம் மாறியிருக்குமோ இருக்குமோ
இரையாகி இருக்குமோ

இறகு உதிர்த்தியும்,
எச்சமிட்டும்,
சுள்ளித்தடிகளை விழுத்தியும்,
தூண் விட்டத்தில் குறுகுறுத்துத் தலை புதைத்தும்...

எங்கே
போய் தொலைந்திருக்கும்.
“சனியன்” என்று வாய்விட்டு
திட்டவேண்டும் போல ஒரு உணர்வு.

காலம்
காத்திருப்பைச் சேமிப்பதில்லை.

சிக்கிக்கிடந்த ஓரிரு சிறகுகளும்
தவறி விழுகின்றன.
எச்சங்கள் காய்ந்து துகள்களாகி

காற்றில் அலைகின்றன
சத்தங்களால்
குதூகலித்துக்கிடந்த கூட்டிலிருந்து
வெறுமை பரவத்தொடங்குகிறது.

பரவுகின்ற வெறுமை
தின்னத்தொடங்குகிறது
ஒவ்வொன்றாக...

நான்,
இழந்து கொண்டிருக்கிறேன்
கொஞ்சம் கொஞ்சமாக
கூடுதிரும்பாத பறவையின் நினைவுகளை.

நாளை,
நானும் கூடு திரும்பாவிட்டால்...

06
நிழல் தேடும் நியம்

திரண்டெழும் ஏக்கத்தின் கனதி சுமந்த வேர்கள்
நீர்ப்பிடம் தேடியலைந்து
வெடித்துக்கிளம்ப எத்தனித்து
கேவல்களுடன் ஒடுங்கிப்போகிறது.

இந்த
தோட்டத்தின் அந்தரங்க இருளில்
அரங்கேறுகிறது அவலநாடகம்.

வெற்றிடத்தில்
எதிர்கொள்ளவியலாத மௌனம்

உள்ளெழுந்த விரிசல்களும்
எதிர்பார்ப்புகளும்
கௌரவவிம்பத்தால் புறக்கணிக்கப்பட
எழுகிறது முடிவற்ற ஈனக்குரல்

இப்போதெல்லாம் நான் கேட்பது
பரிபூரண சரணடைதல் ஒன்றையே.
காலம் ஒப்பனைகளுடன் கூடிய நேசித்தலைச் சுமத்துகிறது.

சபிக்கப்பட என் இதயமே,
எந்த விலக்கப்பட்ட கனியை உணவாக்கினாய்
மக்கிக்கிடக்கும் இந்த எலும்புகள் மீது
இனியெக்காலம் எவரால் கங்கை பாயும்

எங்கோ தொலைவில்,
வசந்தகாலக் கனவில் பாடிக்கொண்டிக்கும்
பறவையின் குரல் சுமந்து தொடுகிறது காற்று.

07
உயிர் சுமக்கும் வேர்கள்

குளிர்காலத்தின் துயர் சுமந்த கிளைகளில்
கனவுகளை எழுதுகிறது
சாம்பல் பறவையொன்று.

இனிவரும்,
வசந்தகாலத்தின் இலைகள்
பறவையின் கனவுகளை
மொழிபெயர்க்கவும்,
இன்னொரு பறவை சுமந்து செல்லவும் கூடும்.

அந்தக் கணங்களில்,
அந்தப் பறவையும்
மரமும்
என்ன பேசிக்கொள்ளும்...

கனவுகளை வைத்திருந்து
கையளித்ததிற்கு நன்றி கூறிப் பிரிந்து செல்லுமோ...
கிளையின் துயர் மீது
கண்ணீர் சிந்திக் கழுவிப் போகுமோ...
கூடுமுடைந்து
அங்கேயே தங்கிவிடத் துணியுமோ...

பறவையின் கண்களில் இருந்து
பெருவெளியில் கலந்தது
அரூபமொன்று.

கிளைகளில் இருந்து
வழியத்தொடங்கிய காலத்தின் துயர்
பறவையின் கனவுகளை மூடிப் பெருகத்தொடங்கியது.

யாருக்குத் தெரியும்
வரும் வசந்தகாலத்தில்
இந்தப் பறவையும் எப்படி இருக்குமென்று?

திணை மாறி அலையும்
கனவுகள் மௌனமாகச் சுழிகொண்டு எழ,
பகலுக்குள் இறங்கும் இருளைமீறி
தேடத்தொடங்குகிறேன்.

யாராவது இருக்கிறீர்களா?

இந்த
அகதியின் கனவுகளையும்
என்ன செய்வதென்று சொல்லுங்கள்.

08
ஒரு குற்றப்பத்திரிக்கை

தன்னைக் கொன்றவனின்
வாக்குமூலம் ஆராய்தலின் பின்
தற்கொலையென்று தள்ளி வைக்கப்படுகிறது.

அங்கு,
தன்னைக் கொன்றவனின்
வார்த்தைகள் மொழிபெயர்க்கப்பட்டிருக்காது.
தன்னைக்கொல்லத் துணிந்தவனின் வார்த்தைகள்
வாழ்க்கைக்குள் தன்னைக் கொன்றவனுக்கு
எப்படிப் புரிந்திருக்கும்

தன்னைக் கொல்லுதல்
மலர் உதிர்வதுபோலவும்.
மை கரைவது போலவும்
மரம் சரிவது போலவும் இருக்கலாம்.

தன்னைக்கொன்றவனின்
கடைசி நிமிடங்கள் பற்றி எவரும் பேசுவதில்லை,
அவன் சுமந்திருந்த
தனிமையை எவரும் உணர முயல்வதுமில்லை.
அவன் உருவாக்கிய
வெற்றிடம் குறித்தும் எவரும் கவலைப்படுவதில்லை,
ஆனாலும்,
தன்னைக்கொன்றவனைத்
தாண்டிவிட முடிவதில்லை எவராலும் வழமைபோல,

அவனுக்கு
அந்த நேரத்தில் தேவையாக இருந்திருப்பது
ஒரு உச்சபட்ச விடுதலை.
அது தன்னை
தன்னிலிருந்தும்

*பிறரிலிருந்தும்
விடுவித்துவிடுமென்று நம்பியிருக்கலாம்.*

*தன்னைக்கொன்று
விடுவித்திருப்பதனூடாக
உங்களை உங்கள்
குற்றங்களில் இருந்து விடுவித்திருக்கிறான்.*

09
க

விதை...

எண்ணத்தில் வழுக்கியதைக் கூட்டி
விரல்களில் ஏந்திக்
காற்றில் மிதந்ததில் ஏற்றினேன்.

மிதந்தது சுமந்ததன்
நிறைவேறாத கனவோடு
புணரமுயன்றதில் உருமாறிக்கொண்டது.

மாறியதால் விழுந்திட
மோகங்கொண்ட நட்சத்திரம்
உடன் கட்டை ஏறியது,

துகில்
போர்த்தி வானம் அழுதது.

கண்ணீரோடு கலந்து
வேர்களால் நுழைந்து
மலரொன்றில் உறங்கிட விளைகையில்
ஒட்டிக்கொண்ட வாசனையால்
வியாபிக்கத்தொடங்கியது எங்கும்,

யாரோ சிலரின் உரையாடலில்
இதழ்களாய் பிரிபட இசையாகியது.

இன்னும்,
சிலரின் அகங்காரத் துப்பலால்
இறுகி உறைந்துபோனது.

இப்போது உங்களிடம் வந்திருக்கிறது
என்ன செய்யப்போகிறீர்கள்?

10

ஆண்மையின் நிர்வாணம்

அசாதாரண அமைதியை
ஒரு பதற்றத்தை
உள்ளொழியும் களவை
நீண்டதொரு விலகலை மீறி
உள்ளார்ந்த நேசிப்பினை கணங்கள் தோறும்
உயிர்ப்பித்துவிடுவன உள்ளாடைகள்

உணர்ச்சிகளைக் கடந்து
உண்மைகளைப் பேசுகின்ற
தோற்றங்கள் எழுப்பும் வசிகரங்கள்
நிர்மலமானவை.
துயரத்தின் நீங்கலை
துவள்தலின் குறியீட்டை
பெருமிதத்தின் வெளிப்பாட்டை
தன்னம்பிக்கையின் உச்சத்தை எட்ட விரும்பின்
உள்ளாடைகளுடன் இருந்துபாருங்கள்.

உடலைப் பொருளாக்கி
நிர்வாணத்தை நெருங்குவோரை
புறந்தள்ளும் பெண்கள்,
எதேட்சையாய் விலகும்
உள்ளாடைகளை சரிசெய்யத்தூண்டும்
எந்த ஆணையும் உள்ளன்போடு நேசிக்கிறார்கள்.

விற்பனைச்சாலைகளில்
காட்சிக்காக வைக்கப்படுபவை
தாமறிந்திருக்கும் ஏக்கங்களையும் கனவுகளையும்
கையளித்துவிடுகின்றன
விற்பனையாகின்ற உள்ளாடைகளிடம்.

காமம் மட்டுமல்ல
மிகையன்பையும் நட்பையும்

கையாள்வதில் வெளிவிடுமிவை
மிக உயர்ந்த நேசிப்பை
உன்னத மனிதத்தை
அறிவின் விழுமியத்தை
உருவாக்குகின்றன பகிர்கின்றன.

இருந்தபோதும்,
வன்புணர்ந்து கொல்லப்படும் பெண்களின்
வாய்க்குள் திணித்துக் கிடக்கும்
உள்ளாடைகளின் கனத்தையும்,
கண்ணீரோடு அணிந்துகொள்ள
நிர்ப்பந்திக்கப்படும் உள்ளாடைகளின் வெறுப்பையும்
எந்த மொழியாலும் பகிர்ந்துவிடமுடியாது.

III
என்னிருப்பு

சொற்களிலிருந்து புன்னகைகளைக் கழற்றி
ஆடைகளோடு கொழுவியபின்,
இறந்துபோன அந்தச்சொற்களால்
எழுதத் தொடங்கினேன்
நாட்குறிப்பை.

நாள் நிறைந்து கொண்டது.

அதுவரை
தங்களுக்குள் சண்டையிட்ட
ஒவ்வொருவருக்குமான புன்னகைகள்
ஒன்றாகிக் குற்றங்களைப் பட்டியலிடத் தொடங்கின

என்றாவது
கையளித்து தப்பிக்கொள்ள உதவுமென்று
சேமித்த புன்னகைகளை அள்ளிச்சென்று
கழிவறைக்குள் கொட்டிக் கைகளை கழுவியபின்,

இறந்துபோன சொற்களால்
எழுதப்பட்ட நாட்குறிப்பை
பத்திரப்படுத்திவிட்டு
தற்கொலை செய்யத் தயாராகினேன்.

யாராவது
நாட்குறிப்பில் புன்னகைகளைத் தேடாதவரை
வாழ்ந்துகொண்டேயிருப்பேன்

12

வயலிலிருந்து திரும்பியவன்.

கால்களில் கிடந்த மண்பொருக்குகளை
தட்டிக் கொண்டிருக்கையில்
சிதைந்து ஓலமிடத் தொடங்கின
விளையாதுபோன பாட்டனின் கனவுகள்.

கதைகளில் சொல்லாத
ரேகைகளில் கூறாத
விரல்களால் தீட்டாத
பாட்டனின் கனவுகள்
கூடி மொய்க்கத்தொடங்கின,
விளைந்த நெருக்கத்தில்,
நான் அறியாத
பாட்டனின் முத்தமொன்றைப் பரிசளித்தன,

உடல் சிலிர்க்க நடுக்கத்தோடு
முத்தம் வெளியேற்றிய
கண்ணீரை முகர்ந்தவை,
காலநாற்றங்களால் உணர்வடக்கிக் கொண்டன,
கண்ணீர் வெளியேறிய வெற்றிடத்தில்
பாட்டனின் வயல் வளரத்தொடங்கியது.
விளையாத கனவுகள்
உணர்வுடைத்து வேர்விடக் கூடும்.

என் மகனுக்காக,
நான் இன்றே எனது வயலை
கொலை செய்துவிடப் போகிறேன்.

13
உங்களைக் கடந்துபோக அனுமதியுங்கள்

கனதிகளோடு நீளுமிந்தக் கணங்கள்
கரைந்துபோக முன்
உங்களைக் கடந்துவிட வேண்டும்.

கிழித்தெறியப்பட பிரியங்களும்
காவுகொள்ளப்பட்ட உணர்ச்சிகளும்
சடுதியான நிராகரிப்புக்களும்
உறைந்து கிடக்கின்றன
மன நதியோரத்தில்,

விழி நாக்குகள்
வழியவிடும் நாற்றத்தில்,
இந்த நதிக்கரையில் வேறெந்த பிணங்களும்
கரையொதுங்க வேண்டாம்,

புன்னகை போர்த்து
இகழும் உதடுகளால் தேவையில்லை
என் பிரேதகாலத்தின் ஆய்வறிக்கை.

வேர்களின் வேதனைகளை
பறவைகள் எடுத்துச்செல்வதுமில்லை
கிளைகளில் பிரியம் கொள்வதுமில்லை...

என் பயணம்
பால் வீதியில் நட்சத்திரங்களோடு அல்ல,

உங்களைக் கடக்க அனுமதியுங்கள்

ஒருநாள்
என் நதிக்கரையிலும்
மீன்குஞ்சுகள் தோன்றலாம்

4

நிறமிழந்து போவேனோ...

பார்த்தலையும்,
புன்னகைத்தலையும்,
நிராகரித்துவிடும் பலரைக் கடக்கவேண்டியிருக்கிறது.

அரவணைப்புகான ஏக்கத்தையும்
இன்றின் ஏமாற்றத்தையும்
சுமந்து திரியும் சிலரையும் கடக்கவேண்டியிருக்கிறது.

வீடுகளில்,
வேலைத்தளங்களில் இருந்து
ஏதாவதொன்றை காவி வருபவர்களையும்,
ஒரு சிகரெட், கபே வழியாக
ஏதோவொன்றை இறக்கி வைக்க முயல்பவர்களையும்
சந்திக்க வேண்டியிருக்கிறது.

லெதர் ஜாக்கேற்றும்
மஃப்ளர்களும் மனதையும் மூடிவிட
ஐபோனும் கூலிங்கிளாசும்
பொறிகளையும் தின்றுவிட
கொட்டடி முதல் கொடிகாமம் வரை
உறவாடி உணர்வோடு இருந்தம் என்பவரையும்
பொறுத்துக்கொள்ள வேண்டித்தான் இருக்கிறது.

சென் நதியிலும்
லூவர் மியூசியத்திலும் ஈபிள் கோபுரத்திலும்
நீண்ட மெற்றோக்களிலும் ஏறிவந்த பின்னும்
ஒரு ஆபிரிக்கனை,
ஒரு துனிசியனை,
ஒரு ரூமேனியனை,
கள்ளன், கறுவல் என்று திட்டிக்கொள்பவர்களையும்
சகிக்க வேண்டித்தான் உள்ளது.

இந்தப் பயணத்தில்...
முகமூடிகள் மட்டுமல்ல
முகமில்லாதவர்களும் பக்கத்து இருக்கைகளில்,

ஒரு காலத்தில்,
வல்லைக் காற்றையும்
வல்லிபுரக்கோவிலையும்
தாவடிச் சுருட்டையும்
கீரிமலைக் கேணியையும் சுகமென்றவர்கள்,
மாத விடுப்பில் பார்த்த
சுவிசும், பார்சிலோனாவும், லூட்சும் போதும் என்கிறார்கள்.

இன்றையில்
எனது பயமெல்லாம்
இவர்களைப்போல,
நானும் ஒரு அகதி என்பதை மறந்துபோவேனோ?

15
தனித்திருத்தல்

தனித்திருத்தல் வரம்.
நீண்ட இரவில்
ஏதாவது ஒரு மாலையில்
தன் குரல் கேளாத தொலைவில்

எதுவும் தேவையில்லை
நீ நான் அவர்கள்

ஒரு புல்வெளியில்
குளக்கரையில்
குறைந்த பட்சம் பெருமரநிழலில்...

தனித்திருத்தல் பெருந்தவம்.

இழக்கவும்
ஏற்கவும் எதுவுமில்லாமல்,
கேட்கவும்
சொல்லவும் எவருமில்லாமல்

பெருவெளியொன்றில்
மிதந்துபோகும் ஒற்றை மேகம் போல
கிளைநுனியொன்றில்
சலனமின்றிக் கிடக்கும் ஒரு பறவையைப் போல

தனித்திருத்தல் வரம்
தனித்திருத்தல் பெருந்தவம்.

தனித்திருத்தலில்
ஒரு தற்கொலை நிகழலாம்
ஒருவன் வன்புணர்வை முயலலாம்
தாயொருத்தி
அடிவயிற்றின் வலியோடு

ஏதாவது கடையொன்றில் பணத்தினை வீசலாம்
எவனோவொருவன்
எப்பவோ கடந்துபோன பெண்ணின் வனப்போடு
காமத்தைக் கழித்துக் கொண்டிருக்கலாம்
பெண்ணொருத்தி கணவன் போனபின்
படுக்கையைத் தயார்செய்து காவலிருக்கலாம்

இருந்தாலும்,
எங்காவது யாராவதொருவர்
தனிமையின் பேறையடைந்திருக்கலாம்.

16
இனி வரும் காலம்

அரங்கேறிய இருத்தல்கள்
அலைகின்ற பெருவெளியில்
என் காலமும்...

யுகாந்திரக் கூச்சல்களும்
வஞ்சிக்கப்பட்டவர்களின் பெருமூச்சுகளும்
ஆசிர்வதிக்கப்படவனின் ஆசிகளும்
வழியெங்கும் நீர்த்துக் கிடக்க,

வேர்களில் தீசுமந்தும்
இலைகளில் நீர் சுமக்கும் மரங்களும்
சிறகுகளில் சுதந்திரத்தையும்
விழிகளில் வன்மத்தையும் தாங்கிய பறவைகளும்,
கோபத்தால் கதறியழும் விலங்குகளும்
அட்சதை தூவுகின்றன...

காலாவதியாகும்
பரிணாமத்தின் மையத்திலிருந்து
ஒளி பொருந்திய முத்தமொன்று
என் கரங்களில் விழுகையில்,
தெறித்த காலமதுவின் ஒரு துளி
நட்சத்திரங்களில் இருந்து இறங்கிய
புன்னகையைத் தின்றுவிட்டிருந்தது.

இப்போது காலம்
என்னையும் மீறி அடைகாத்திருக்கிறது
பிரசவித்துவிடலாம் இந்தப் பயணத்தில்...
சாத்தான்களையும் சில நேரம்

17
இவர்களுக்கிடையில் நானும்...

முகங்களுக்காக நெய்யப்படும்
புன்னகைகளின் ஓரங்களில்
கசிந்து கொண்டிருக்கிறது
மரணித்துப்போன கனவுகளின் வாசங்கள்...

முகவரிகள் மீது பரிமாறப்படும்
வணக்கங்களும் வாழ்த்துகளும்

கூசவைக்கிறது உடலையும் மனதையும்
இந்த நாகரீகத்தைப் போல...

எலும்புகளை உருக்கியிளக்கும்
இந்த நிலத்தின் குளிரைக் கடந்தும்
எரிந்துகொண்டிருக்கிறது,
வெளித்தள்ள முடியாதவொருவலி

புலர்வுகளும் மறைவுகளும்
பருவங்களும் உருவங்களும்
மாறிக்கொள்ளும் பயணத்தில்...

வன்மங்களையும், வக்கிரங்களையும் தோல்களாக்கி,
அகதிப் போர்வைகளால் மூடிக்கொண்டவர்களின்
ஊர்க் கதைகளாலும்
ஏக்க விளிப்புக்களாலும்
அரைகுறைத் தூக்கங்களாலும்
நீண்ட தொடருந்துகளும்
நிலக்கீழ் வழித்தடங்களும் நிறைந்து கிடக்கின்றன...
என்னையும் சுமந்துகொண்டு...

18
யாரிடமிருக்கிறது...

அதிக பட்ச தேவை
ஒரு புன்னகை
யாரிடமிருக்கிறது...
விடை அல்லது கேள்வி
இவற்றை விடுத்து...

விரல்களால் வழிகிறது
கால துயரத்தின் நீட்சி.
கொடுங்கள்,
நிர்வாணத்தின் மறைப்புகளை
களையும் அந்த புன்னகையை.

கேட்பதற்கான தகுதி என்னிடமிருக்கிறது.

என்னிடமிருப்பது
ஒரு நாற்காலி
ஒரு மேசை
கொஞ்ச புத்தகங்கள்
நிறைய வெற்றிடத்தோடு மனதும்.

19

சஞ்சரிப்பு...

இரவு இருளாகிறது.
விழிகளில் நீ முயங்கிய கோலம்.
நெற்றியில் முத்தம்
உதடு சுளிக்கிறாய்
கனவு.

இருளின் கனதி கலைந்து
அவதியுடன் வெளிப்போய் காமம்...

எச்சில் கோடுகளில்
தெரியக்கிடக்கிறது மன நத்தையின் பயணமும்...
கூடலின் தவிப்பும்...
நத்தை வீடு சுமந்திருக்கிறது.
நீயும்...
புலர்வோடு முடங்கிப்போக
துகிலின்றியே கிடக்கிறது
இராட்சத கொல்லியாகியும்.
மின்மினியாகியும்.

நிமித்தங்கள் நிகழ்ந்துகொண்டே போகின்றன...

தாகத்துடன் அலைகிறது
நடுக்குளத்து நாய்

20

ஒளிதல்...

எங்கோ ஒளிந்திருக்கிறாய்
உனது தேவை என்ன சூடான ஒரு கண்ணீர்த்துளியா?

மரங்களின் மௌனத்தால்
பறவைகள் அழுகின்றன
யாருக்கு யார்

மெல்லியதாக பரவுகிறது ஒரு கேவல் ஒலி
என்ன நிகழ்ந்திருக்கும்...
ஒரு பகிரமுடியாத மரணம்
ஒரு விபத்து
காமம் தீராத கலவி
குறைந்த பட்சம்
இன்னொரு காதல் தோல்வி...

மெல்ல காற்று குளிர்கிறது
வானம் அழக்காத்திருக்கிறது
நனையக் காத்திருக்கிறேன்
மழையில்
கண்ணீரில்

21

வெளிச்சம் என் மரண காலம்...

மகரந்த தூதனுப்பி விட்டு
மோகனவேலி கட்டி
காவல் செய்கிறாயே முட்டாள் தான் நீ

காலத்துகள்களில் பரவியெழும்
நினைவுகளில் வளர்ந்து
நிறைந்துபோகிறாய்.
துயரப்பொழுதில் கனத்த குளிராய்
ஊடுருவி தீமூட்டுகிறாய்.

யார் நீ
மரணத்தின் பின்புமொரு வாழ்வை
உபதேசிக்கவும்
ஒளிர்வின் அடியிருந்து பெருகும் இருளாய்
நிகழும் வாழ்வை தின்னவும்
எங்கே கற்றுக்கொண்டாய்.

என் நதிக்கரையினில்
கர்வங்களை புதைக்க வைத்தவளே..
சுவடுகளால் தீண்டி விடு
சாபம் நீங்கியொரு வாழ்வு பெறட்டும்

இருள் உன் தாய்வீடு
வெளிச்சம் என் மரண காலம்..

இருளும் வெளிச்சமும்
இணைகின்ற பொழுதொன்று
இருந்துகொண்டே இருக்கும் இனி
நினைவில் வை..

22

வன்மம் புணர்ந்த பிரியம்.

நேசிப்பின் நிழல்களில் ஒதுங்குதல்
சாத்தியமிழந்த பொழுதொன்றில்
தீப்பிடித்த வடுக்களால்
வேர்களில் சாம்பல்நெடி...

காயங்களையாற்றும் காலம்
இந்தக் காலத்தையும் அனுப்பியிருக்கலாம்...
வறண்ட நிலத்தின் மேல்
திரியும் கருமேகங்கள் போல...

என் தோட்டத்தின் சாம்பல் மீதிலும் பூக்கள்.

நீண்ட தெருக்களை
விலகி நடக்கத் தொடங்குகிறேன்...
காற்றும் ஒளியும் தழுவிப் போகின்றன.
பறவைகளின் பாடல்கள் நெருக்கமாகின்றன
கடல் விரிந்து கிடக்கிறது.

மூழ்கடிக்கவும் மூழ்கிப்போகவும் முத்தெடுக்கவும்
பிரியமும் கடலும் தான் இருக்கின்றன

என்
பிரியத்தின் இழைகளில்
வலைபின்னிக் காவலிருக்கிறது
சுமக்கவியலாத கனத்தோடு மர்ம சிலந்தியொன்று.
இன்னொரு பிரியத்தை கொன்றுவிடுவதற்காக
அல்லது வடித்து விடுவதற்காக...

இப்போது
என் தோட்டத்துப் பூக்களின் கீழும்
செத்துக்கிடக்கின்றன
வழி மறிக்கப்பட்ட
அல்லது
மறுக்கப்பட்ட பிரியங்கள்.

23

வானம் நிறையும் தனிமை.

பெரும் குரலெடுத்துப் பாடிக்கொண்டிருக்கிறது
இலையுதிர்காலத்தின் கடைசிப் பாடலை
நீண்டவால் குருவி.

வானத்தின் சோகங்களையும்
வீதியின் தனிமைகளையும்
பழுத்த ஊசிஇலைகளின் துயரங்களையும்
துணைக்கழைத்து நேசிப்பின் வரிகளை
இழைத்துக் கூவியழுகின்றது.

சேர்ந்து இசைக்கும்
குரலொன்று வருமென்ற தேடலில்
நியமம் தப்பாத இடைவெளிகளை
சலிப்பின்றி விட்டுக் காத்திருக்கவும் செய்கின்றது.

நீண்டவால் குருவியின் ஒற்றைக்குரலில்
சூரியன் மரணிக்கத்தொடங்குகிறான்.

இருளின் பெருக்கத்தோடு இயைந்து
மௌனத்தின் இடைவெளியும்
கனக்கத் தொடங்குகையில்,

அந்த
இடைவெளிகளின் நிசப்தத்தில்
மூச்சின் ஒலிகளை நிறுத்திக்
காவலிருக்கத் தொடங்குகிறேன்.

இன்னொருகுரல்
எங்காவது ஒலித்துவிடாதா...
நீள்கின்ற தனிமை இந்த
இலையுதிர்காலத்தோடு கலைந்துவிடாதா...

நீண்டவால் குருவியின்
ஒற்றைக்குரலும் தளம்பத்தொடங்குகிறது.
குளிர் மெல்லப் பரவ.
அங்குமிங்கும் வெண்துகள்கள் சிந்தத்தொடங்குகிறது.

எங்கும் இருள்.
தூண்களில் மின்குமிழ்களில் இருந்து
தடித்த கோடுகள் நீள்கின்றன.
யன்னல்கள் அடைந்து கொள்கின்றன.

உதிர்ந்துகிடக்கும்
மஞ்சள் இலையொன்றை எடுத்து
நரம்புகளோடு பேசத்தொடங்குகிறேன்.

உள்ளங்கைகளில் தவறிவிழுந்த
ஒற்றைத் துளியின் சூட்டில்
நீண்டவால் குருவியின் மௌனத்தால்
நட்சத்திரமொன்று உதிர்ந்துகொண்டதை உணர்ந்தேன்.

காலடியில்,
வானம் வெறுமையாகிக் கிடந்தது.

24

வலி மூலம்

எதிர்கொள்ளமுடியாத நடுக்கமொன்றை
சிலிர்ப்பால் கடத்தியது
வாசலில் கூடுமுடைந்து அடைந்துகிடந்த தாய்ப்புறா.

வீடும்,
நாளைய தன் குஞ்சுகளும்
நினைவுகளில் நீண்டிருக்கும்...

மரம் தேடி
நிலைகொள்ளுமொரு கிளை பார்த்து
சிறுசுள்ளி வளைத்து,
துணைகூடி வீடமைத்து இயல்பான வாழ்வென்று
இணைபுணர்ந்த நேற்றையை நினைத்திருக்கும்.

துயர் வரமுன்
துணை வருமோ என்று தவித்திருக்கும்
இறகுகோதி
இயல்பாய் இருப்பதாய் நடிக்கலாம்
என்றும் எண்ணமிட்டிருக்கும்.

எல்லாம் கடந்தும்,
அதன் நினைவுகளில்
நான் வளரத்தொடங்கியிருப்பேன்
ஒரு இரைதேடும் பூனையாக
பாம்பாகக் குறைந்த பட்சம்
ஒரு நாயாகக்கூட...

காலத்தை மீறியொரு பெருங்கனவு
அதன் விழிகளில் நிறைந்து வழியத்தொடங்கியது
நான் மூழ்கத்தொடங்கினேன்.
நினைவுகளைத்தவிர எதுவுமில்லாமல் போன
நிகழ்காலத்தில்,

இப்போது,
எப்படியாவது உணர்த்திவிட வேண்டும் அதற்கு,
நானோர் கூடிழந்த அகதியென்று.

25

யாருமறியா பெரு...

நுண் கூச்சலொன்று காதைப்பிளக்க
வெறித்துப்பார்த்துக் கிடக்கிறேன்
திரை சொற்களைத் தின்றுகொண்டிருந்தது.
வஞ்சகப் புன்னகைகளும்
வறண்டுபோன வாழ்த்தொலிகளும்
சுவரில் எச்சமிட்டு நகர்ந்துபோக
நினைவெங்கும் விரவிக்கிடக்கிறது பெரும் தனிமை.

எதிர்கொள்ள முடியாத தருணமொன்றில்
ஒளிரும் அலைபேசியை
சலனமில்லாமல் பார்த்துக்கொண்டிருக்கையில்
மெல்ல அதிர்ந்து ஓயும்.
பின்நீளும் அமைதி மெல்லக் கொல்லத் தொடங்கும்...

விரல்களின் வெப்பத் தீண்டலால்
நெற்றியும் காதும் உணர்வேற
நூறு நத்தைகள் ஓலங்களுடன் படரத்தொடங்கும்
தேகமெங்கும்...

சுய விரகம் கழிந்த பின்
பெருமூச்சோடு கலந்து எழும் வெறுப்பு
தனிமையின் நம்பிக்கையீனங்களை எழுதும்.

மௌனம்
வலிமைகொண்டு விலங்கு பூட்டத்தொடங்கும்
வாழ்க்கையின் சில்லுகளில்...

ஆயிரம் வருடங்களுக்கு முன்னொருநாள்
கூட்டத்தில் இருந்து பிரிந்த
மனிதனொருவனின் கண்ணீரைச் சுமந்துவந்த காற்று
யன்னனில் எழுதத்தொடங்கியது
எனக்கான முடிவை.

26

முடியாத இரவு...

சுவர்களில் தெறிக்கும்
காமம் தீர்ந்த ஒற்றையொலி
புழுக்களாய் படரத்தொடங்கும்

தீண்டாத இடத்தில் திரளும் விடம்
மெல்லக்கொல்லும் நரகத்தை
தீண்டியும் தணியாப் பெரும் தீ
இரைதேடிப் பரவும்

நீர்த்துளிகள் பெருகி
அணையுடைக்க தூண்டும்
அரவணைக்காத விரல்களையொதுக்கி
நினைவின் தீண்டலில் ஆறுதல் கொள்ளத்துணியும்.

மறுப்பை
குறைந்த பட்ச நிராகரிப்பை
முடிந்தளவு அவமானப்படுத்தலை
நிர்வாணத்தால் சாதிக்கும் வன்மத்தோடு
திரும்பிக்கொள்கையில்,
அடிவயிற்றில் திரண்டெழுந்த
முத்தமொன்றை ஒளித்து
வறண்ட இதழ்களால்
வஞ்சம் தீர்த்த குரூரப் புன்னகையிலிருந்து
எழுந்து போகிறது கரிய அரவு

தீராத் தாபத்திலிருந்து
எழுகின்ற மின்மினிப்பூச்சி
வெளிச்செல்ல துணியும்
இனி சாவித்துவாரத்தின் வழியாக,

27

புன்னகையொன்று நெகிழ்ந்து சாகும்.

மண்ணைப்புணர்ந்த மழையில்
கிளர்ந்த வேர்களாய்
நெருக்கத்தில் அவிழும் புன்னகையொன்று
கொலைவாள் சுமந்து இறங்கும்.

பிரியத்தின் ஓட்டைகளிலிருந்து
துயரம் சுமந்து வெளியேறும் கண்ணீரில் கரைந்துபோகும்
யாருமறியாப் பெரும்காமம்.

தீண்டாச்சுகம் விழியால் தீமூழ,
எரியத்தொடங்கும் குளத்தில்
வரால்மீன் நிலவைப்புணர நீரலையும்,
பின் வற்றி மூச்சடங்கி அமிழும்.

காயத்திலிருந்து வழியும் மொச்சையால்
வண்ணத்துப்பூச்சிகள் இரைநாடிக்கிளம்பும்
காயத்துக்கஞ்சி படபடத்து அமரும்.
பின் இரவுகளில் உயிர்க்கும்.

தேகத்தில் கண்கள் வளர
நட்பு விலங்கு விழுந்து தொலையும்.
துயரம் பெருகத்தொடங்க
துரோகச்சர்ப்பம் மெல்ல விழிக்கும்
நிறைகாமத்தில் நெளிந்து போகத்துணியும்.

அறமென்பது
அகராதிகளின் பக்கங்களிலும்
வேசதாரிகளின் போர்வைகளிலும் உறங்கி
என் கழுத்தினில் கயிறாய் கிடக்க
நட்சத்திரங்களின் வாழ்விடத்தில் உனை
சேரத்தொடங்கி இருப்பேன்.

28

தவிப்பு...

வானம் தீப்பிடிப்பதற்கு சற்று
முன்னான கணத்தில்தான்
அது நிகழ்ந்தது.
முன்னெப்போதுமில்லாத வாசத்தில்
பெய்திருக்கிறது நேற்றிரவு மழை.
இந்தச் சந்திப்பைப்போல...
இறகு விரித்து தேவதைகள் கடக்கின்றன
தலைக்கு மேலே...
இதயத்துக்கு உள்ளே...
இலைகளின் குரல்கள் சுமந்து வருகின்றன
மலர்களின் மகிழ்ச்சியை.
நான் தேடத்தொடங்க,
நீ கடந்து விட்டிருந்தாய்.
வானமும் தீப்பிடித்துவிட்டது.
வேர்க்கிறது கழுத்தில், கண்ணில்.
மரமும் அமைதியாகிவிட
கூடு காத்திருக்கத் தொடங்குகிறது.
சென்ற பறவை வருமா?

29
தாழிடப்பட்ட கதவு.

ஒற்றைச் சொற்களாய் உதிர்த்து
வானத்தை நிரப்பிய பின்,

உன்
துயரம் தோய்ந்த நாக்கு
என் தனிமையைத் தின்னத்தொடங்குகிறது.

இரவின் நீட்சியும்
வியர்வை நாற்றமும்
பிசுபிசுப்பின் அந்தரிப்பும்
மோகனத் தவம் கலைக்காமல்
சாய்ந்தெழும் பெருமூச்சும்
அவசத்துடன் பகிரப்படுகையில்

யாருக்கும் கேளாமல்
நீ சிந்திய ஓலமொன்று
நட்சத்திரங்களை விழுத்தியது.

நிராகரிக்கமுடியாத முத்தத்தை
அவமானத்துடனும்,
கண்ணீருடனும்
அருவருப்புடனும் எதிர்கொள்ளும் அபத்தப் பொழுதொன்று
நினைவுகளில் விரிகையில்,
சொற்கள் வறண்டு ஆவியாகிப் போகிறது,

கதவுகள் மூடிய
கண்ணீர்வளையத்தின் மறைவில்
என்னைத் துகிலுரியத் தொடங்குகிறேன்
உனக்குப் பரிசளிக்க.

வானத்தை நிரப்பிய உன் சொற்கள்
என் தனிமையைத் தின்று
நட்சத்திரங்களாய் பூக்கின்றன

30

எட்டாவது வர்ணம்...

நிலவின் நிர்வாணத்தால்
கடல் தினவு கொள்ளும் இரவுகளில்
உன்னிரு இதழ்களிலும் வழிகிறது
சுயத்தை தின்றுவிடும் சூட்சுமம்...

நம் அன்பு
தொலைந்துபோன எட்டாவது வர்ணம்
மழைப்பொழுதில் விழுந்து தொலைக்கும் மின்னலின் கனம்

புல்நுனிகளில் திரளும் நீர்
யாருமறியாமல்
எங்கிருந்தோ எழுகிறது மறைகிறது
உனக்குள் தொலைந்து போதலும்...

அபத்தப் பொழுதொன்றில்
இளக்காரம் சுமந்து நெளியும் உதடுகளில்
நேசத்தைக் கொட்டிவிட முனைந்து
தோற்றுவிடுதலுடன் நீள்கிறது
நமக்கிடையிலான களவொழுக்கம்...

வியர்வை நாற்றம் அறிய
பயணித்து இடைவெளிகளில் பலியாகிக் போகின்றன
ஓசையிழந்த முத்தங்களும்
தீண்டல் தவிப்புகளும்
துப்பிவிட்ட நேசங்களும்...

எட்டாவது வர்ணம் கொள்ளுதல்
முரண்
முரண்களால்தான் வாழ்வு வீடுபேறடைகிறது

நம் பிரியம்
எட்டாவது வர்ணம்

31

அன்பாலனதெல்லாம் பெருந்துயரானது.

தரிசனத்தின் சூக்குமப்பொழுதொன்றில்
கண்ணீர் ரேகைகளை அழித்து
பிரியத்தின் கோடுகளை வரையத் தொடங்குகிறாய்.

பொன்னி,
ஆராதனைக்குரியவளே,
பிரபஞ்சப் பெருங்கோடுகளடியில்
சிதறுண்டு கிடக்குமென் கனவுகளை பார்.
துருவ நிரலை மீறி
நுழைந்த வலசைப்பறவையாய்
அத்துவானவெளியில்
ஒற்றறுத்துப் பாடுமென் குரலைக்கேள்.

துளைகளைத் தீண்டும் காற்றின்
துயரங்களை நானறிவேன்.
பிரியமே,
ஒரு பின்பனிக்கால குளிர் சுமந்துவரும்
உன் பிரியத்தை எப்படி இழப்பேன்.

"உயிரே
உயிரில் வலி
எப்போதும் முடியாதென்றுரைக்கும் நீ"
எந்தப் பருவத்தில் வந்தடையப்போகிறாய்?

உன்னிருத்தல் அன்பாலானது
அன்பாலனதெல்லாம் பெருந்துயரானது.
அன்பின் துயரப்புள்ளிகளில்
மிதந்தலையும் சரீரம் நிர்மலமானது.
நான் மிதந்தலைகிறேன்.

வான முடிவிடத்தில் நீ எழுகிறாய்.
ஒளிபிளந்து வர்ணமாகி வானை நிறைக்கிறது
இனி மழை வரக்கூடும்
நனையப் போகிறேன்
அன்பிலும் மழையிலும்.

32

பொன்னிக்கு...

சொல்லடுக்குகளில் பின்னிக்கிடக்கும்
எது நீயென்று அறியமுடியவில்லை
எப்படி நிராகரிப்பது.

அலையும் நரம்புகளில்
எந்த நரம்பில் நீ
எப்படித்தான் நிறுத்துவது.

சகி
இந்தக் கவிதையில்
எந்த இடத்தில் நிறைகிறாய்.
எந்த வார்த்தைகளில் வெளியேறுகிறாய்
புரியவில்லை.

முகிலிடை வெட்டும் மின்னல்
மிதந்தலைந்துவரும் வாசம்
பெருந்துயரொன்றின் மெல்லிய நீட்சி
எதிர்பாராமல் மனதுக்குள் அவிழும் பாடலின் மெட்டு
எழுதென்று கலைக்குமுணர்வு
மீறி நிற்கும் சோம்பல்
நீயும் இவைப்போல
அல்லது இவையும் உன்னைப்போல.

பேரன்பே,
யுகஅழிவின் இறுதிக் கணத்தில் கிடைத்த பேழை நீ.
ஆதியிலிருந்து சுமந்திருந்த பிரியத்தை
இறக்கிவைத்து இளைப்பாறுகிறாய்.
வா ஓய்வெடு.
யுகமீட்சியின் பரிபூரணத்துவம்
அன்பாலே நிகழும்.

உன் அன்பென்பது
தனித்திருத்தலின் மீட்சி
அதுவே
ஆற்றொனாத்துயரத்தின் இறுதி.
அதுவே,
இன்றைக்கும் நாளைக்குமான தொடர்ச்சி.

பிரியமே,
உனை நிராகரித்துவிடுதலே
எனதன்பின் உச்சம்.
எனதன்பு உனக்கானது
உனக்குமட்டுமேயானது.

33
பொன்னியிடமிருந்து

தந்திகளில் விழமுடியா என்
ஸ்வரங்களின் கோர்வை நீ
எங்கு விழுவாய்
எங்கிருந்து எழுவாய்...

என்ஆன்மாவின்
அந்தரங்க செல்களின்
அமிலக் கோர்வையானவன் நீ
உனைப் பிரிப்பதோ
பிரிவதோ முற்றுப்புள்ளிகளிலும்
முடிவுறாமலேயே...

நின்
நுனி விரல் தொட்ட என் கூந்தல்
எம்மிடைவெளியில்
சிக்கித் தவித்த மூச்சின் வெப்பம்
உன்னோடு கட்டுண்டவென் பாசம்
பயணத்தின் இடையில்
தனிமை,
பார்ப்பாயா என பார்த்த விழிகள்...
ஏமாற்றத்தில் இரண்டு துளிகள்.

என்னுயிரே!!
பேரன்பின் பெருநிலழில்
தர்க்கங்களின் தாற்பரியம்.
வெல்வாயா
விட்டுக்கொடுப்பாயாவென
சிதறிச் சேமிக்கும் எம் சில்லறைக் கனவுகள்.

என்
அன்பின் முடிவிலி நீ.
பிரிதலில் சேர்தலும்
சேர்தலில் பிரிதலும்
நீயும் நானுமாக!

34
துளிர்காலம்

எப்போதோ தொலைத்துபோன
வண்ணாத்துப்பூச்சியை அழைத்து வருகிறாய்.
மூடுண்ட கைகளுக்குள் உன்
இறக்கைகளை விரித்தும் கொள்கிறாய்

பெருங்கதையாடல்களின் முடிவில்
துண்டுபட்டுக் கிடக்கும் சனங்களாய்
அந்தரித்த என் சொற்களில்
சிறைப்பட்டுப் போக,
தனி ஆவர்த்தனம்
அந்தநாளின் மாலையை அழைத்துவருகிறது
அதுபோலொரு மாலை
இலையுதிர்கால பறவையின் பெருங்கனவாகி கிடக்கிறது.

பொன்னி,
துயருற்ற காலமொன்றின்
அதிகாலைப் பனிப் பொழுதில்
உன் பிரியங்களை சேகரிக்கத் தொடங்குகிறேன்.

விரல்பற்றிக் குழந்தையாகி
பிரியங்களுடன் சண்டையிட்டு
திமிரோடு வெளியேறித் திகைத்து ஓடிவருகிறேன்.

தனிமையின் மீது கல்லெறிந்த
தாவீதின் கவண் இனியுனக்கேன்.
கழற்றிவை.
பெருநிழலில் ஓய்வெடுக்கும் பயணியல்ல நானினி.

தேவி,
ஏகாந்தவனமொன்றில் பெருவிளையாடல்.
எம்பெருமான் எருதேறி வந்துள்ளான்.
மரணம் ஒருதுளி.
இனி வாழ்வும் அஃதே

35
நான் ஒதுங்கும் நிழல் நீ

காற்று கொதிக்கிறது
நீ மௌனத்தைக் கரைத்திருக்கிறாய்
மரங்களும் ஏரிகளும் கூட எரிந்துபோகலாம் இனி...

ஏன் இந்த இளவேனில் பொழுதில்
உன் விழிகள் துயரப் பாடலை கேட்கிறது...

நேற்றைய உறைபனிவிலக்கி,
ஒழுகும் கதிர்கள் தரைகளைத் தழுவுவதைப் பார்
வீட்டுக் கூரைகளில், இலைபோர்க்கும் மரங்களில்
மின்சாரக்கம்பிகளில்
பெயர் தெரியாத பறவைகளின் மகிழ்வைப் பார்
நீ புல்லாங்குழல்.
காற்றைப் புகவிட மறுக்கிறாய்...
தூசிகளை நிரப்பிப் பெருமிக் கிடக்கிறாய்
அநாதையாகி அலைகிறது நேற்றைய உன் குழலோசை...

நேற்றுக்கும் நாளைக்கும் இடைப்பட்ட
பொழுதொன்றை மென்றுவிட்டுப் போகிறாய்...

எப்போது அசைமீட்கப்போகிறாய்...?

36
வேட்கை

முடிவிடத்தில் காத்திருப்பது
நிராகரிப்பு என்றாலும் தவிர்க்க முடியவில்லை
இந்த தொடக்கத்தை.

ஒரு அந்தியில் நிகழும்
தேநீர்ப் பொழுதின் நெருக்கத்தினை
மெல்ல விழுங்கும் இருளைப்போல
சூழ்ந்து கொள்கிறது
நிராகரிக்கப்படலாம் என்ற நினைவின் கனம்.

கனதிகளோடு நகர்தல் வசப்படுகிறது
முடிவிடம் தேடி...

கரிய இருளூடு
நட்சத்திரம் பிடித்து பயணிக்கும் பயணியாய்
மாறிக்கொண்டிருக்கிறேன்,
இரவுக்காற்றும்,
வறண்டநில மரத்தின் தடித்த இலைகளும்
தனிமையை போக்கி வரவேற்கின்றன,

சாலைவிதிகள் மாறிக்கொள்ளும் பயணத்தில்
நிறுத்தல் குறிகளும்,
ஒடுங்கிய பாதைகுறிகளும்,
வளைவுக்காட்டிகளும்,
பயனில்லாமல் கிடக்கின்றன.

ஆகாயத்தின் முடிவிடத்தில்
தேவதை காத்திருக்கிறாள்,
காத்துக்கொண்டே இருக்கிறாள் என்று
அம்மா புனைந்த தேவதையின்
வர்ணனைகள் காற்றில் கலக்கின்றன...

என் ஆத்மலயத்தை
ஆணிகளால் அறையப்பட்ட பெட்டியொன்றுக்குள்
இறக்கி வைத்திருக்கிறேன்.
முடிவிடத்தில் என்ன செய்யப்போகிறாய்?

37
மெய்ப்படு

குளிர் கொண்டு இறங்குகிறது இருள்
உன் நேசிப்பைப் போல...
மெல்லக் கறுக்கிறது வானம்
நட்சத்திரங்கள் விடுப்புப் பார்க்க கூடுகின்றன
இலைகளும் பறவைகளும் இணக்கமாக போகின்றன
தாபத்தால் சுருங்கும் மலர்கள்.
இந்த தட்பவெப்பம் தனிமையைச் சுடுகிறது
ஒரு மழை வந்தால் தேவலை.
மழை.
நான் கரைய ஒரு பெருமழை.
அந்த மழை
நீயும் நானும் அன்றொருநாள்
கரைந்த மழையை நினைவூட்டட்டும்.
இப்போது எனக்குத் தேநீர் வேண்டும்
நீ பிரிந்த போதில் பருகியதைப்போல கசப்பாக.

38

இரவைத் தின்னும் நிலவு

நட்சத்திரங்கள் உதிர்த்த கண்ணீர்த்துளிகள்
காற்றினை நடுக்கமுற வைத்த இரவொன்றில்
தனிமையின் பயத்தால்
உனைப் பற்றிப் பேசத்தொடங்குகிறேன்.

பிரிய தோழி,

நீ யன்னல் சீலைகளில் இருந்து இறங்கி
அறியப்படாத வர்ணமொன்றாகி
அறையெங்கும் நிறைகிறாய்.

வெட்கமகற்றிக் கூந்தல் கலைத்து
இயல்பாயென் போர்வைக்குள் நுழைகிறாய்.

பரவும் வெப்பம்
பெருமூச்சினை நினைவூட்ட
என் தனிமை
நிர்வாணத்துள் ஒளிந்து கொள்கிறது.

குறிப்புணராப் பொழுதொன்றில்
நிறைகாமம் அழிந்துபோக
ஆழியின் பெருமௌனத்துடன்
அடங்கி விழித்துக்கிடக்கிறேன்.

அன்றொருநாள் உன்,
இதழ்களிலிருந்து இறங்கிய சாத்தான்
மூன்றாம் இரவிலும் உயிர்த்தெழ,
எதிர்கொள்ளத் துணிகிறேன்
தற்கொலை ஒன்றுக்கு முன்னான அமைதியுடன்.

39

வேனில் கனவு

தாழுடைபடாத மனக் கதவிடையிருந்து
ஒலிகளை உருவத் தொடங்குகிறேன்.
வெந்து தனிந்துகிடக்குமவை
புன்னகைகளைக் கையளித்தன.

மரணக் கிளர்ச்சி
புரிபடாப் பேரின்பம்
அறுந்துவிடாத ஒற்றையிழை
யாரறிவார்

உயிர்த்தெழும் சிறகிலிருந்து பெருங்கனவு
வானை நிறைக்க,
சிறுபொழுதாகிலும் மறையும் ஆதவப்பெருந்திடல்.
சாம்பல் பறவையொன்றின்
அந்தி(ம)க்கால அழுகுரல் குளிர்காற்றில்படியும்.

நகரத்தின்
இளமைத் துடிப்பைச்
சுமந்துசெல்லும் மின்சாரக் கம்பிகளில்
சிக்குண்ட வௌவாலின் கண்களில்
காமத்தளர்ச்சி அரூபமாகி விரவிக் கிடக்கும்.

நிரம்பாத கோப்பை
உள்ளூறையும் தாகம்
அருந்தவியலாத் துயரம்
அறுத்தெறிய இறுதி இழை
எவரறிவார்...

புன்னகைகளை எறிந்துவிட்டு
ஒலிகளை வரையத்தொடங்குகிறேன்.
வெந்து தணிந்த மனதிருந்து
வடியத்தொடங்குகிறது
எல்லாமும்
எல்லாவற்றையும் கடந்த ஒன்றும்.

40

உன் பாடலுக்காக காத்திருக்கிறேன்.

இந்தக் கணங்களை கடந்து போவது
எப்படி என்று தெரியாமல்...
கனத்த மௌனத்துடன் சலனமற்றுக்கிடக்கிறேன்
வெறுமையைச் சுமந்தபடி...

நீ
உனது பிரியங்களால்
தின்று கொண்டிருக்கிறாய்.

கண்ணீர் கூடப் பிரியம் தான்.

கனவுகளைத் தின்னும் பூதத்திடம்
மோதுகிற வண்ணத்துப்பூச்சியே,
ஏக்கம் தெறிக்கும் உன் கண்கள்
என் அறைகளில் அலைகின்றன...

திரண்டெழும் நீரை மறுப்பதாக
நடித்து நீ விழுத்தும் வார்த்தைகளோடு
மௌனித்துப்போவதை விட வேறெதையும்
செய்ய முடியவில்லை என்னால்.

என்ன செய்ய முடியும் என்னால்
கண்ணீரைத் துடைப்பதற்கு
விழி துடைக்கும் சிறுகரத்தினைவிடவா!!!

அநேக பொழுதுகளில்,
வணக்கத்தில் தொடங்கி
கண்ணீரில் முடிந்துவிடுகிற வார்த்தைகளில்
மூழ்கிக்கிடக்கிறேன் நீ போனபின்பும்,
ஆற்றுப்படுத்தும் வித்தை தேடி.

எப்படித்தான் ஒப்பனை செய்தாலும்
உனக்கான
வார்த்தைகளைச் செய்வதில் தோற்றுப்போகிறேன்.

தோழியே...
அவாந்திரவெளிகள் கடந்தும் கூடடையும் பறவை.
நீ பறவையாகு...
நாளைய விடியலில்
உன் பாடலுக்காகக் காத்திருக்கிறேன்.
அன்புத் தோழனாக...
அப்போதில்
என் மௌனமும் தொலைந்திருக்கும்.

4

ஒரு அடைக்கலம் தேடி...

வெற்றுப் புன்னகைகளை சுமந்துகொண்டு,
கேட்பார் எவருமில்லாத தேசத்தில் குளிர்பரவும் மாலையொன்றில்
பலநூறாயிரம் பேர்களில் நானும் ஒருவனாக
ஒவ்வொருவரையும் விலகிக்கொண்டு செல்ல
என் தனிமை வழிகாட்டுகிறது.
கிளைபிரியும் நினைவுகள் அடைக்கலம் தேடும்
மந்தைகளாய் அலைகின்றன.

ஒ, நானே ஒரு அடைக்கலம் தேடிதானே.

ஒளி பிரிந்தால் வர்ணங்கள் எழு.
நினைவுகள் பிரிந்தால்,

வெற்றிடத்தில் வழுக்கிச் சென்ற பறவை
இறங்குகிறதே இனி என் நினைவுகளை அழைத்துச்செல்லுமோ...

பெயர் தெரியாப் பறவையொன்றிடம்
நினைவுகளை கையளித்தல்
ஒரு கையறு நிலையே.

தனிமை பறவை நினைவுகள் என்ன குறியீடுகள் இது.
தேடிக்கொண்டிருக்கிறேன்,
என் மண்ணில் தொலைந்துபோன என்னை
இங்கே தேடுவதுபோல...

மண்.
மண்ணென்றால் அது,
உங்கள் எண்ணங்களை எவ்வளவு விரிக்கமுடியுமோ
உங்கள் கற்பனைகளை எவ்வளவு துலக்கமுடியுமோ
அதற்கெல்லாம் ஒரு படி மேலாய் என் இருத்தலை நிகழ்த்திய நிலம்.
என் உயிர்ப்பைப் பெருக்கிய கருப்பை.

கருவிலிருந்து இறங்குகையில்
மண் நிமித்தம் எவ்வளவு கனவுகளை வளர்த்திருப்பாள் அம்மா.
சந்ததி, தலைமுறை, கல்வி, பாட்டன் முப்பாட்டன் கனவு என
ஒவ்வொன்றையும் அந்த மண்ணோடு தானே கலந்திருப்பாள்.

அம்மாவின் ஆசைகளில் ஒன்றையாவது நிறைவேற்றி இருப்பேனா?
முதலில் ஆசைகளைப் புரிந்துகொள்ளும்
ஒருவனாக இருந்தவனா நான்?
அந்தப் புரிதல் இருந்திருந்தால்
இன்றைய கண்ணீருக்கு

கண்ணீரை சொந்தக்கரம் கொண்டு துடைத்தலும்
கையறு நிலையே.

இருபது வயதுகளில் அழமுடியாமல் போனமைக்காக
இப்போது அழுகிறேன்.
அன்றையில் அழுதிருந்தால் அம்மாவின் விரல்களின் வாசம்
இன்னுமென் கண்ணிலாவது இருந்திருக்கும் உணர்வுடன்.
அறியாவயதில் அழுதுதொலைத்த அபாக்கியவான்.

இருள் கூடுகிறது அகத்திலும் புறத்திலும்
இந்தக் குளிர் ஒரு மழைக் குளிர் போலவே குளிர்கிறது.
வானமும் என்னைப்போல பருவம் அறியாமல்
அழுதுவிடும் ஒரு முட்டாள் தானோ?

என் குடைக்குள் யாரும் வந்துவிடக்கூடாது.
தனிமை வழிகாட்டும்.
நான் ஒவ்வொருவரையும் விலகிச்செல்வேன்.
இனி,
அந்தப் பறவை என் நினைவுகளை உரிய இடத்தில் கொடுத்துவிடும்.

குறிப்பு: இதைக் கவிதை என்றால் செருப்பாலேயே அடிப்பேன்

42

எதுவென்றாலும் செய்துவிட்டுப்போ...

புற்றில் நுழையும் பாம்புபோல
மென்மையாக இறங்குகிறாய்
இரைதேடியோ அன்றில்
உறைவிடம் நாடியோ?

இழக்காத
அந்தரங்கவேர்கள் மீதும் சொல்லெறிகிறாய்
இடம்மாற்றவோ அன்றில்
பிரட்டிப்போடவோ?

மௌனங்களை வென்றுபோக
சலனமில்லாத விழிச்சுழற்சியை அனுப்புகிறாய்...
என்னைக் கொள்ளவா
கொல்லவா?

எதுவென்றாலும் செய்துவிட்டுப்போ...
அதற்குமுன்
வா...
இந்த குளிரைப்போக்க ஒரு தேநீர் அருந்தலாம்...
பின்பொரு முத்தத்தைப் பகிரலாம்.

43

காலம் எனதாகும்...

வாழ்தலின் மீதான கனவை
தடயங்களின்றி உண்டு செரிக்கிறது
காலவேள்வியின் பெரும் தீ

தரித்த கருக்கள்
இமையோரங்களால் கசிந்து
இறந்துகொண்டிருக்கின்றன...

சுவடுகளை உருவாக்கும்
தன்னெழுச்சியில் எழுந்த பாதங்கள்
குத்திட்டுக் கிடக்கின்றன.

கால வேள்வி
வாழ்தலின் மீதான கனவுகளை
உண்டு செரிக்கிறது.

ஆகுதியாகிப்போன கனவுகள்
ஒருநாள்
வாழ்வின் கனதி சுமந்து
பெருமழையாகிப் பொழியும்.

தாழிகளில் நிறைந்து
வன்மத்தோடு வழிந்து ஓடி...

கனவுகளைத் தின்ற வேள்வியின்
சாம்பல் மேடுகளில்
பூத்துக்கிடக்கும் காளான்களை மகிழ்விக்கும்
துகள்களை உயிர்ப்பிக்கும்.

வண்ணமயமான
அந்தத் துகள்கள் ஒன்றாகி
திசைகளைக் கடக்கும் பறவையாகி எழும்.

அப்போது
காலம் எனதாகி இருக்கும்.

44
மீளுமென் முப்பாட்டன் பாடல்...

முப்பாட்டனின் பாடலும் அவனுக்கு
முன்னான ஆதிமுந்தையோனின் பாடலும்,
எனக்குக் கேட்கிறது.

வேட்டையும் வேட்கையும்
வேளாண்மையும் போதுமென,
கூடில்லாத கூட்டமாக நகர்ந்த
ஆதிமுந்தையோனின் நிலாப்பாடலில்...

அடங்காத வீரமும்
திடங்கொண்ட தோள்களின் தீரமும்
முடங்கிக்கிடக்காத விவேகமும்
தடங்குலையாத வேகமும் கேட்கிறது.

சீரான காலடிகளும்
குதிரைக் குளம்படி ஓசைகளும்
காற்றை கிழிக்கும் வன்மப் பிளிறல்களும்
ஒளிபட்டு தெறிக்கும் வேல் முனைகளும்
குருதி வழிந்து உயரும் வாள்களும்
பொருதி முடித்த களத்தே முனகும்
பேய்களும் நாய்களும் நரிகளும்
தெரிகின்றன அடுத்தவன் பாடலில்,

பாடல் கேட்கிறது
மென்மையாக மெல்லியதாக
சம நிலமொன்றில் பயணிக்கும் காற்றுப்போல...
பாடல் கேட்கிறது...

பாடல் கேட்கிறது
ஒரே இராகத்தில் வேறு வேறு குரல்களில்
நீளமாகவும் கட்டையாகவும்
பாடல் கேட்கிறது.

அலையோசைகள் கேட்க
துடுப்போசைகளுக்கிடையில்
மீண்டும் தொடர்கிறது பாடல் உச்சஸ்தாயியில்.
கொற்றவையின் பூரிப்பில்
எல்லைமீறி கேட்கிறது.

விழி மூடிக்கேட்கிறேன் முப்பாட்டன் பாடலை.
விரிகிற கனவில் தெரிகிறது பெருங்களம்
கரவொலிகளும் காதல் கலப்பொலிகளும்
உறவுகளின் உணர்வொலிகளும்
பக்திப்பண்சுமந்த இசையொலிகளும் கேட்கிறது.

உடுக்கையும் பறையும் சிலம்பும் கேட்கிறது
உடல் சிலிர்க்கும் குலவையும் கேட்கிறது
மதங்கொண்ட மார்புகள் மோதுமொலி கேட்கிறது
கொங்கையர் மோகச் சிணுங்கல் கேட்கிறது.

கடக்கிறது முப்பாட்டனின்
முந்தையோன் பாடல்

கொஞ்சம் கொஞ்சமாக...
தொடர்கிறது
என் பாட்டனின் பாடலும் அப்பனின் பாடலும்.
வரலாற்றை மீட்ட
பாட்டனும் அப்பனும் வரலாறாகிப்போக,
பாடல் மட்டும் தொடர்கிறது.

இதோ என் பாடல் கேட்கிறது...

தலைகுனிந்து தளர்ந்த குரலில்
இடம் விட்டிடம் மாறி அலைந்த குரலில்
அழுதும் தொழுதும் விழுந்தும் தளதளத்தகுரலில்
முன்னெப்போதுமில்லா இழி குரலில்கேட்கிறது

என் பாடல்
எனக்கான பாடல்
என் காலத்துக்கான பாடல்

கடந்து போகும். - நாளை
விடியலின் கீதத்தோடு
என் மகனின் பாடல் வரும்
அவன் மகனின் பாடல் வரும்.

விழி மூடிக்கேட்கிறேன் அவன் பாடலை.
ஒலிக்கிறது என் முப்பாட்டனின் பாடல்.

45
நிராகரித்தல் அன்பிலானது

வெட்டுண்ட பிரியங்களிலிருந்து
வழியும் வெம்மையில்
கருகி விழுகின்றன காலவிம்பங்கள்

உயிரின் ஆழத்திலிருந்து
உருவி எடுக்கப்பட்ட அந்த வெற்றிடத்தில்
நிராகரிப்பினை நிரப்பத் தொடங்குகிறேன்.

என் பூமி இருளானது.
என் உயிர்த்தல் இருளிலானது
என் மரணம் இருளேயானது
நிராகரிப்பின் கனதியினை இனியெங்கும் வீசி எறிவேன்.

வானலையும்
ஒற்றைப் பறவையின் நிழல் முத்தமிட,
மூன்றாம் பொழுது கடந்த இரவில்
அசிரத்தையுடன் வீதிகடக்கும் விலங்காவேன்.

சொற்களாலான பிரியத்தை சுமத்திருத்தல்
பிணமொன்றினைப் புணர்தல்
கருப்பையிலிருந்து அறுத்தெறியப்பட தசைக்கோளம்
அலங்கரிக்கப்பட்ட பலியாடு

இனி,
தனிமையின் இருள்விரிப்பில்
வெறுப்பின் ஒளிசுமந்து நிலவு இறங்கி வருகையில்
ஏந்திய கைகளினிடையே
சலமின்றிக்கிடக்கும் முகத்திலிருந்து வழியும்
புன்னகையை என்ன செய்வேன்.

46
அன்பு நீரிலானது

விடுபட்ட வார்த்தையொன்றின் ஓலம்
அறையெங்கும் வழிந்து கொண்டிருக்கையில்,
அடைத்துக் கிடந்த
யன்னல் கண்ணாடியில் மெல்லெனப்
படிகிறது பிரியத்தின் மூச்சுக்காற்று.

பச்சை நரம்புகளிலிருந்து
வெடித்துக் கிளம்பிய உன்மத்தம்
நேற்றுத் திரும்பியிருந்த
நிராகரிப்பின் பிரதிமைகளுடன் புணரத்தொடங்கியது.

நீ தொலைவிலிருக்கிறாய்
தொலைவென்றொன்றில்லை
நினைவுகளில் தீண்டும் தூரம்தான்.

யுன் நினைவுகளோடு
மூன்றாம்பொழுதின் இரவில்
இறுதி முத்தத்தின் ஒலிக்குறிப்பை
குருதிக் கோடுகளால் வரையத்தொடங்குகிறேன்.

நான் அபாக்கியவான்.
உதடுகளின் மொழிபெயர்ப்பை
ரத்தக்கோடுகளால் வரையத்தொடங்கிய போதில்
சாத்தான்களாலும் சபிக்கப்பட்டவனாகினேன்.

வார்த்தைகளின் ஓலம் கோடுகளின் வழியே
உன்னிடத்தில் அழைத்துவருகையில்
நீ எனக்கான பிரியங்களை
அடைகாத்துக் கொண்டுதானிருந்தாய்.

அந்தக் கணத்தில்
நிலவு மரணிக்கத்தொடங்கியிருந்தது.

47
துயர் நீங்கும் பொழுது

கடல் சலித்த மீன்
நுரையிலேறித் தவழ்ந்து கரையிலிறங்கி
பின் மெதுவாக சரிந்து
ஒரு கண்ணில் வானை அளந்தது.

கரை பற்றிய முதல் கனவில்
மண் விழுந்தது.

திரும்பிக்கொண்டிருந்த கடலோடி
மகளின் தளிர்க்கரத்தின் நினைவுடன்
மீனை கடலுக்குள் அனுப்பி வைத்தான்.

வலை சுமந்துவரும் தகப்பனுக்கு
யன்னல் கம்பிகளால் கை நீட்டி
மகிழ்ச்சியை பகிரத்தொடங்கினாள் சின்னமகள்.

மீண்டும் கடலோடி.
சலித்த மீன்
நுரைமீதேறி வானை பார்த்தது.

ஒரு பக்கம் கரை
எதிர்ப்பக்கம் வானம் தொடுமிடம்
மண் விழுந்தகரை சலிக்க,
ஓடத்தொடங்கியது எதிர்ப்பக்கம்.

வானம் அதன் கனவு
வானம் அதன் ஆசை
வானம் அதன் ஏக்கம்

மடியுறங்கிக்
கதை கேட்ட மகள்
ஒரு கண் திறந்து கேட்டாள்
"அம்மா மீன் வானத்தில் ஏறியிருக்குமோ?"

"நாற்பது வருடமாக ஓடிக்கொடிருக்கிறது"
சலித்தபடியே சொன்னாள் தாய்.
"நான் வளர்ந்ததும் மீனை கொண்டுபோய்
வானத்தில் விடுவேன்" என்ற மகளை
அந்த இரவில்
பதின்மூன்றாவது தடவை கடந்தும்
முத்தமிட்டுக் கொண்டிருந்தாள்.

48

மரணத்தின் வாசம்

மாட்சிமை பொருந்திய பெருநரகம்
யாரரிவார்.
நாட்களின் சிதைவுகளில் நாற்றம்.
கனவின் மீதியெங்கே
எதைத் துணைகொள்வது
நாய்
கட்டையை சுற்றி
கறிக்கு அலையும் நாய்.

எறும்புகள் புற்றை நீங்குகின்றன. வாயில் இரை. இனி எப்பாம்பு அங்கு நிலை கொள்ளுமோ? வெளிச்சத்தில் கடவுள் தலைகுனிந்திருந்தார். கேள்விகளில்லை. சந்தனம் குங்குமம் பன்னீர் கலந்த வாசனையும் இல்லை ஓவியன் வரைந்திருந்த சிறு புன்னைகை கூட இல்லை. சிவந்த உதடுகளை முத்தமிட நெருங்கினேன். ஓ கடவுளே மரணித்துவிட்டாயா?

யாரிடமிருந்து
பகலை திருடமுடியும்
தானாய் விடிந்த ஒரு பகல்.
கால்களில் இடறுகிறது
கிழிந்துபோன நேற்றைய பகல்.

இருளின் முடிவில்
நல்நிமித்தங்கள்
மயானத்தின் சுவரில்
ஒகிட் பூக்களை வரைகின்ற வழிப்போக்கனிடம்
மிகுதியை கையளிக்கிறேன்.

49

இடையில்
எங்கோ அலைகிறது
உனையடையாத சொல்.

துர்ச்சகுனமென
விலக்கிவைத்த நினைவுகளிலிருந்து
பெருகிப் புணர்ந்து பெருகும்
திசுக்களிடையே ஊனமாயிருக்கும் எனதன்பு.

நழுவிச்செல்லும்
கைகளிலிருந்து எழும் துயரத்தின் பாடல்
இடையறாது கேட்கும்.
இடையறாது கேட்கும்.

எனைப்
பிளந்து விழுங்கிய
நிலம் நீ.

50

மையிருள் சூழும் அந்தரங்கத்தில்
நிகழும் ஒளித்தெறிப்பு
இறந்துபோகும் நாள்களை கணக்கிட
கிளர்த்தும் எரியுண்ட முத்தமொன்றின் வாடை
ஊழியின் நாட்களா இவை.

துருத்தியின் மௌனத்தில்
உறங்கிக்கிடக்கிறது வண்ணத்துப்பூச்சி

நான்
துயருற்றவன்
ஊழியின் பின் வந்த பகல்
கரங்களில் ஏந்தியிருக்கும்
பழைய ஏற்பாட்டின் மீளுருவாக்கத்தின் எச்சம்

அப்பிக்கிடக்கும் இருளிலிருந்து
வெளியேறி நடக்கிறேன்
நிழல் இருள்.

வாழ்தல் கடூழியம்

51

கவிதையொன்றின்
அசாத்தியங்களூடாக
நாளை
காலடியில் வளர்ந்துகொண்டிருக்கிறது.

இரை தவறிய
பல்லியின் கண்களிலிருந்து
அந்த நாளை எடுத்திருந்தேன்.

எது கவிதையை உருவாக்குவதென்பதும்
எது கவிதையாகிவிடுகிறதென்பதும்
சாத்தியங்களில்
நாளையை கடத்திப்போய்விடக் கூடும்.
உன்னைப் போலவே..

இன்றையை நிரப்பிவிட,
ஒரு மதுக் குவளை
வாந்தி எடுத்துத்தொலையவொரு பை.
தலையிடிக்கு
ஒரு போத்தல் குளிர்ந்த நீர்.
கொஞ்சம் உன் நினைவு.

இறுதியாக
ஒரு சொல்லை எழுதிக்கொள்கிறேன்.
இது கவிதையாகவே இல்லை.

52

அன்றொருநாள்,
மூன்றாவது தெருவைக் கடக்கமுன்
வெடிவிழுந்த நண்பனின் கண்களை
சற்றுமுன் சந்தித்தேன்.

இன்னும்
அந்தக் கண்களில் குறும்பு விலகியிருக்கவில்லை.
ஏக்கமேதுவும் இருக்கவுமில்லை
பயமோ, தடுமாற்றமோ, நடுக்கமோ
எதுவுமேயில்லை.

ஆனால்
அந்தக் கண்களில்
நம்பிக்கையிருந்தது
என்னிடம் பகிர்ந்துகொள்ள வார்த்தைகள் இருந்தன.
எல்லாவறையும் விட அது அவனது
பழைய கண்களாகவே இருந்தன.
கூடவே கண்ணீருமிருந்தது.

மெதுவாக
அவன் கண்களை நினைவிலிருந்து
அகற்றிவிட முயல்கிறேன்.
எல்லாவற்றையும் போல.

நான் அறிய விரும்பவேயில்லை
அவனைக் கொன்ற ரவை
யாருடையதென்று...

53

கணங்களுக்கிடையில்
யாருமறியாமல்
நிகழ்ந்துகொண்டிருக்கிறது வாழ்க்கை.

நிலத்தில்
நீரில்
வனாந்தரத்தில்
மலையில்
இன்னும் என்னன்னவோ இடங்களிலெல்லாம்
ஒவ்வொருவரும் இருக்கிறார்கள்.

நேற்று
மரணித்த நண்பன்
எந்தக் கணங்களுக்கிடையில் மரணித்தான்
என்று தேடியபோதில்
அது எனக்கானதாக இருந்தது.

ஒரு பாம்பு
தவளையை
விழுங்கிக்கொண்டிருக்கிறது
மரக்கிளையில்
அணில்கள் புணர்ந்து மோனநிலையில் கிடக்கின்றன
ஒற்றை இலையை
நூறு எறும்புகள் காவிச்செல்கின்றன

நான்
நேற்றைய அழுகைகளை
சேகரிக்கத் தொடங்கினேன்.

54

உடைந்து ஒழுகும்
பகலொன்றின் எச்சம் கொலைக் கோடுகளாய் எழுகிறது
இந்த இறுதிப் பகலின்
மொழிபெயர்க்கவியலாத வசவுகளை
உன் மீதே கொட்டுவேன்

இறைவ,
நஞ்சருந்திக்கொள்.
காமம் செரித்து எழுந்திருக்கும் தேவி காத்திருப்பாள்.

துயரத்தின் மீட்சியானது
வர்ணங்களால் வனையப்பட்டு
என் பிணத்தின் மீது பீச்சியடிக்கப்படுகிறது
சாம்பல் கீறிப்போகும் நத்தையின் ஓட்டில்
ஒரு துளி

நாளையது கடலாகும்
ஓரிழையில் உயிர்த்திருக்கும் பிரியம்
உயிர்ப்போடிருக்கும்
உயிர்ப்போடிருக்கும்

இறைவ,
புணர்ச்சிமுடிந்து
நஞ்சருந்திக்கொள்.

55

தொடரூந்தின் இறுதிப் பெட்டியில் ஏறிய மூவரும்.
ஒவ்வொரு மரங்களை
ஒவ்வொரு வீடுகளை
ஒவ்வொரு பறவைகளை
ஒவ்வொரு மனிதர்களை கண்டோம்.

இருவரில் ஒருவர்
இறுதித் தரிப்பிடத்தில்
முகவரியொன்றை
என்னிடம் வினவியபின் கைகளை குலுக்கிக்கொண்டார்.

இருவரிடமும்
வேறு வேறு விந்தையான கதைகள் இருந்தன
வேறு வேறு செய்திகள் இருந்தன
வேறு வேறு காட்சிகள் இருந்தன
வேறு வேறு உணர்ச்சிகள் இருந்தன.

மற்றையவர்
எங்களிருவரையும்
கடக்க முனைகையில் மெல்லியதாக தலையசைத்தார்.
எதிர்பாராமல் மூவருக்கும் இடையில்
புன்னகை இருந்தது.
மீண்டும் சந்திப்போம் என்றபடி
இறுதியாக
என்னிடம்
விடைபெற்றுச் சென்றவரிடம்
இன்னும் கொஞ்சம் பேசி இருக்கலாம்

56

அவதியில் அலைவுறு நாள்

கொட்டுண்டு கிடக்கும் சொற்களை
அடுக்கத்தொடங்க முன்
என் கனவுகளையும் சிதைத்துவிடுகிறேன்.
கடல் காடு மலை பாலை
இன்ன பிறவும் சிதைபட்டுப்போக,
மூன்றாம் மாடியிலிருந்து
விழுகின்ற பொம்மையொன்றை
நான்காம் மாடியிலிருந்தும்
ஏந்திக்கொள்வதாக எண்ணுகையில்
யாருக்காகவோ
வாழ்த்துப்பாடல் ஒலிக்கிறது
பேரங்காடியொன்றில் நிரந்தரமாக பெயர்க்கப்பட்ட
அறிவிப்புப்பலகை
கால்களில் மிதிபடுகையில்
கொட்டுண்ட சொற்களையும் வைத்துக்கொள்கிறேன்.
இன்னும் சிலநாட்களுள் குளிர் வற்றிவிடும்
நண்ப,
மீண்டும் இயந்திரமாகமுன்
கனவுகளையும் கோர்த்துவிட வேண்டும்.
அவசரத்தில்
இன்னபிறவும்
பாலை மலை காடு கடல் என்றும்
கோர்த்துவிடவும் கூடாது.
சொற்களையும் தான்.

57

செத்தொழிந்து போகவுமில்லை
சாகாதிருக்கவுமில்லை
செத்தொழிந்து போதலை
சாவென்றாலும்,
சாவென்றால் செத்தொழிந்து போதலல்ல.
சாவென்பது சாகாதிருப்பது
எது சகாதிருப்பது
சாவு சாகாதிருப்பது.
சாகாதிருப்பதென்பது வாழ்ந்திருப்பதல்ல
வாழாமலிருப்பதுமல்ல
இரண்டுக்குமிடையில் செத்தொழிந்து போகாதிருப்பது
சாகாதிருப்பது.
சாகாதிருப்பதே வினை
சாகாதிருப்பதே தொழில்
சாகாதிருப்பதே கருமம்
மூன்றும் ஒன்றுதான்
வாழ்ந்திருப்பது மூன்றாயும் தான்
நீ வாழ்ந்துகொண்டிருக்கிறாய்
நான் சாகாதிருக்கிறேன்
வாழ்ந்திருத்தலிலிது சாகாதிருத்தல்

58

இறுதி தருணம்

அறைச்சுவர்களில்
மோதி வழியும் கூச்சலில்
இரவுப் பறவையின் பிரியம் தனித்தலைகிறது.
சிறகுகளில் மிதந்து வரும்
நட்சத்திரங்களின் ஒளி
சலனமற்று ஒட்டிப்போன இருளில் நெகிழ்ந்து வருகிறது.
துயரம்தான்,
நீண்டதொரு ஈடாட்டத்தின் பின்னும் தோன்றாத
அன்பின் வழி.
கால்களில் இடறும் நேற்றைய பகலை
என்ன செய்வதென ஒருகணம்.
தொலைவில் ஒளிரும்
மின்குமிழிலில் நீயும் இருக்ககூடும்
நாளைய பொழுதின் சாயலுடன்,
இப்போது எனக்கு தெரியவேண்டியதெல்லாம்
உன் வானத்திலும் எதோவொரு பறவை
பறக்கிறதா என்பதே.

59

காலம் திரும்புகிறது.

இத்தழிந்து போய்விடவில்லை
என் இனத்தின் நம்பிக்கை.

கொழுந்தெறித்து கிளைபரப்பிய
இனவிருட்சத்தின் வேர்களை கிளறியவனே
பார்...

செத்துவிடவில்லை எங்கள் வேர்களில்
இன்னும் நம்பிக்கை.

என்ன செய்யப்போகிறாய் இனி...

எங்களை
கொன்ற கதையை
யார்யாருக்கோவெல்லாம்
வென்ற கதையாக சொன்னாய்...

எங்கள்
பிணங்களை புணர்ந்த பின்னான பொழுதை
மாலை புனைந்து கொண்டாடினாய்...

எங்கள்
மகவுகளின் நெஞ்சுகளில்
நச்சுகுண்டுகளை விதைத்துவிட்டு
மண் வணங்கி மகிழ்ந்தாய்...

உனக்கான காலமென்று ஒன்றிருந்தால்
எமக்கான காலமொன்றும் வரும்!
மீண்டும் வரும்!!

❋ ❋ ❋

காலம் திரும்புகிறது.

நாச்சியார் விழிநீர் துடைக்கிறாள்
குருவிச்சியும் இனி வரக்கூடும்
வன்னியன் குதிரையின் காலடியும் கேட்கலாம்.

நாச்சியார் கோபம் இனி
நெடுங்காலம் அடங்கிக்கிடக்காது.
எல்லாகேள்விகளையும் சுமந்திருக்கிறாள்.

வீரையும் பாலையும் நிலம் பிளந்து
வான்நோக்காது போனதுமில்லை,
வீரமும் வேகமும் கொண்டவன்
நேரமறிந்து எழுந்துகொள்ளாமல் போனதில்லை.

காலம் திரும்புகிறது.

வல்லையிலும் ஆனையிறவிலும்
கண்டல் காடுகளில் இருந்து எழுகிறது
பெயர் தெரியாப்பறவை.

தொண்டைமானாற்றிலும்
வளுக்கியாற்றிலும் மீண்டும் ஒலிக்கிறது
துடுப்புக்களின் ஓசை.

பூநகரியிலும் கல்லுண்டாயிலும்
சன்னதம் கொள்கிறது காற்று
தேவன் குறுச்சியிலும் வீரமாகாளியம்மன் திடலிலும்
புறப்பாட்டின் குலவை எதிரொலிக்கிறது.

காலம் திரும்பும்

* * *

ஆதவத்திசையில் பேரொளி அவிழ்கிறது
பறவைகள் இடம் தேடுகின்றன
வறண்ட நிலத்தில்
எரிந்த மரத்திலும் இனியவை கூடு கட்டும்.

இடிந்த சுவர்களில் படரும் கொடிகள்
விதை எறியும்
நிலம் விழுந்து புதுமுளை கொள்ளும்.

காற்றும் வானும் புதிதாய் பிறக்கும்
கடலும் நிலமும் நெருங்கி மகிழ்வில் செழிக்கும்.

அது எமக்கான காலமாகும்.